Ce livre appartient à :

....

....

Nom:
Date:

Nom: _______________________   Date: _______________________

Nom: _______________________   Date: _______________________

Nom: _______________________   Date: _______________________

Nom:

Date:

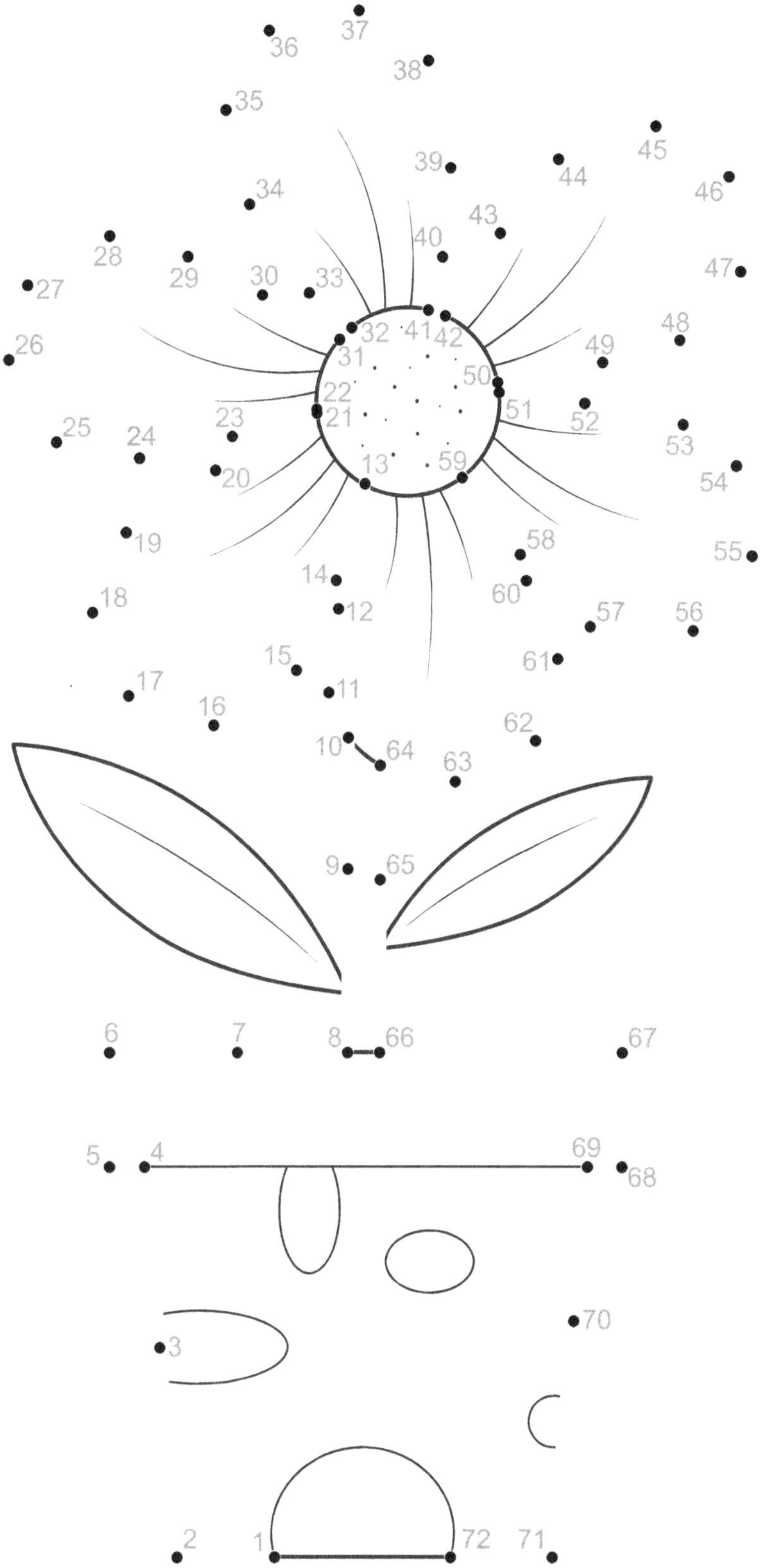

Nom: Date:

Nom:

Date:

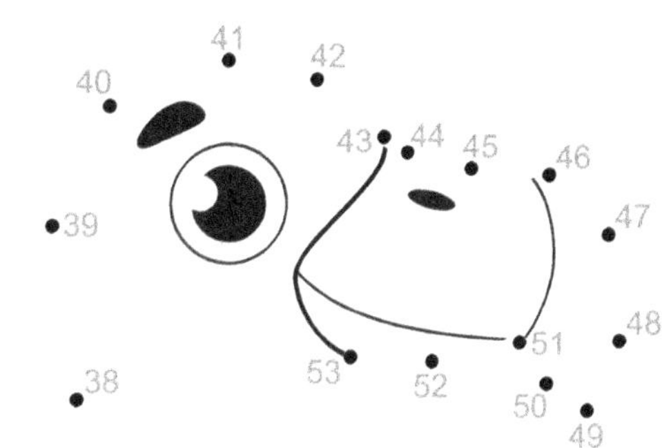

Nom:
Date:

Nom:
Date:

Nom:
Date:

Nom:

Date:

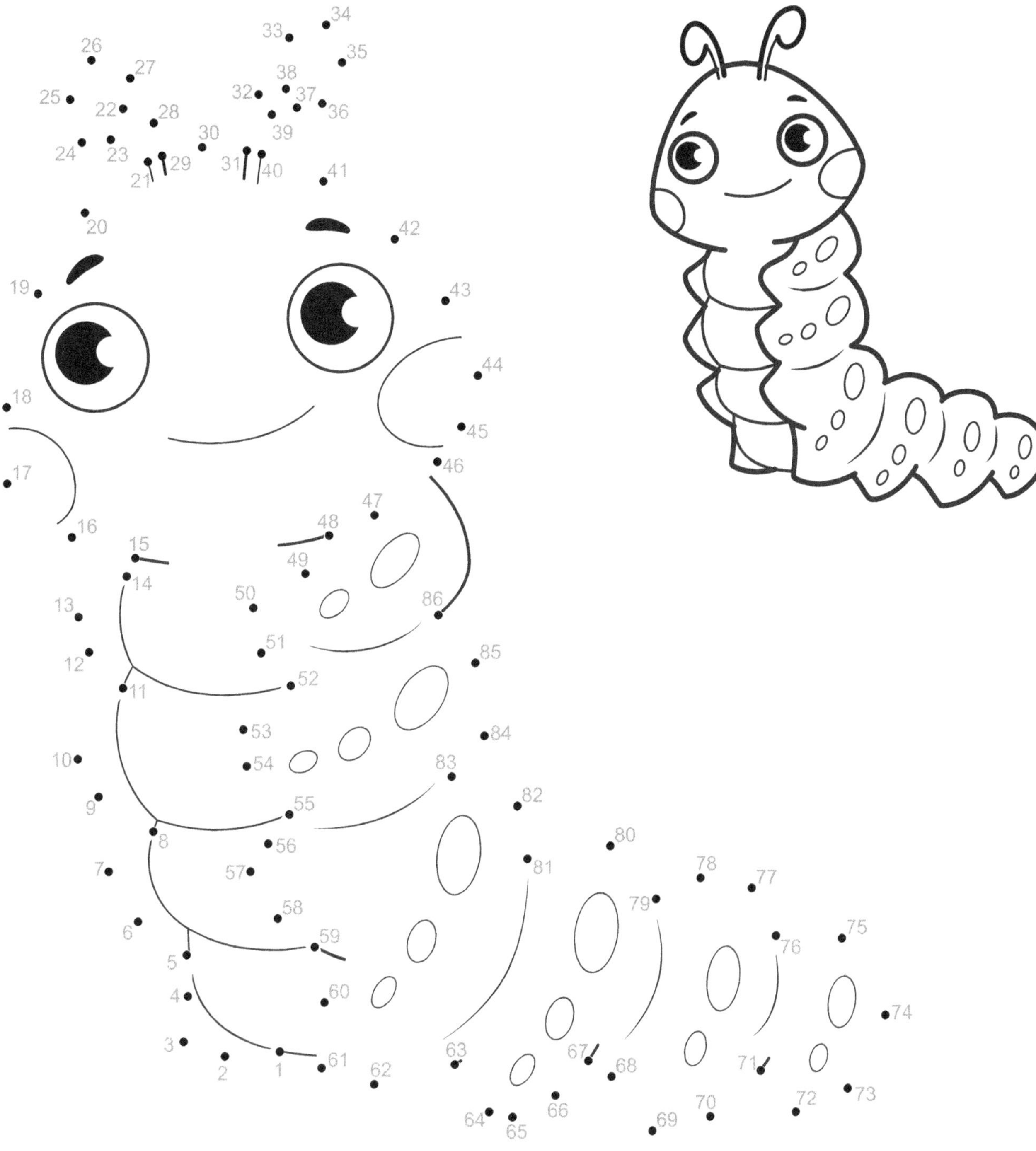

Nom:
Date:

Nom:
Date:

Nom:
Date:

Nom:
Date:

Nom: _______________________   Date: _______________________

Nom:

Date:

Nom:
Date:

Nom:
Date:

Nom:
Date:

Nom:
Date:

11
12
10
13
14
15
16
9
8
4
5
3
6
1
2
7

Nom:
Date:

Nom:

Date:

Nom:

Date:

Nom:
Date:

Nom:

Date:

Nom:
Date:

Nom: _______________________ Date: _______________________

Nom: Date:

Nom:
Date:

Nom:
Date:

Nom: ___________________   Date: ___________________

Nom: _______________________   Date: _______________________

Nom:
Date:

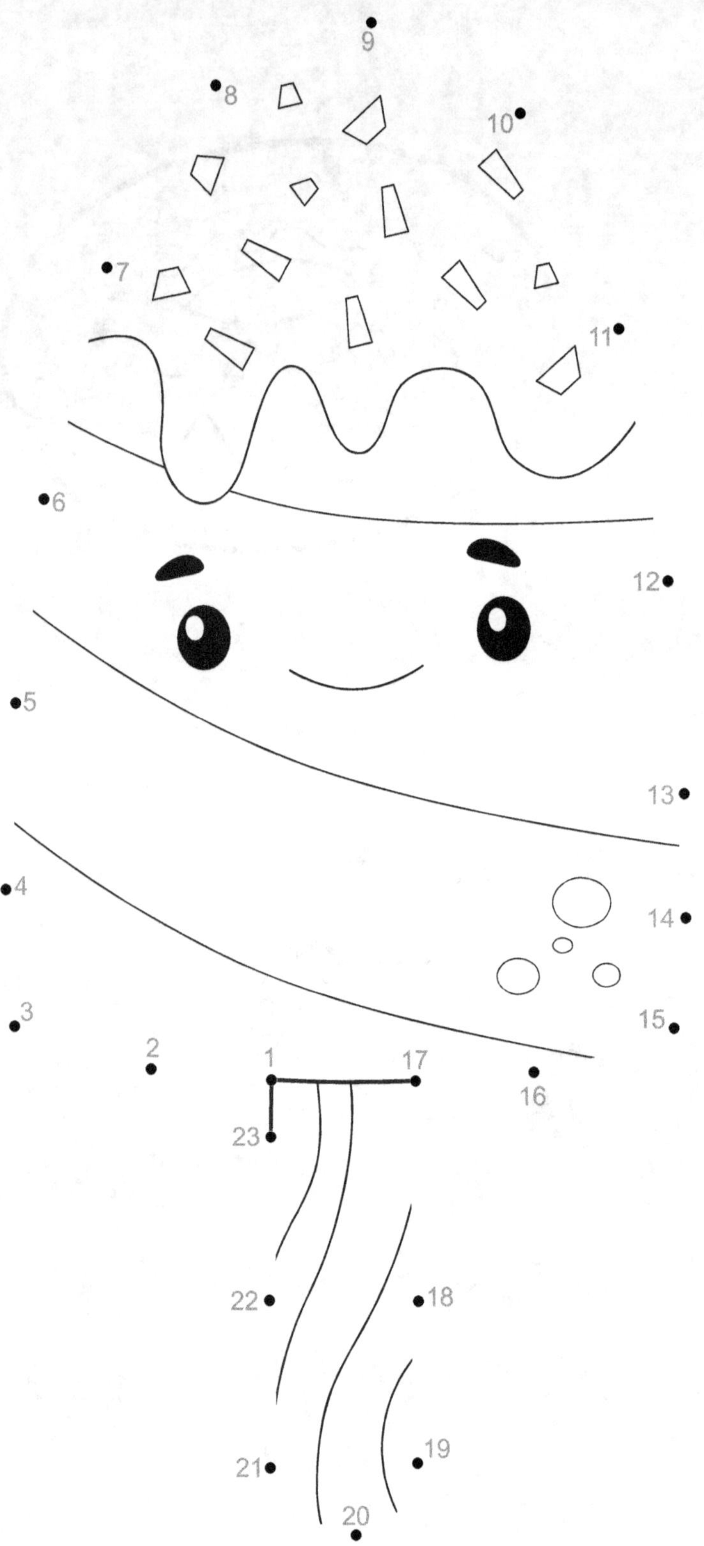

Nom:
Date:

Nom: ___________________________   Date: ___________________________

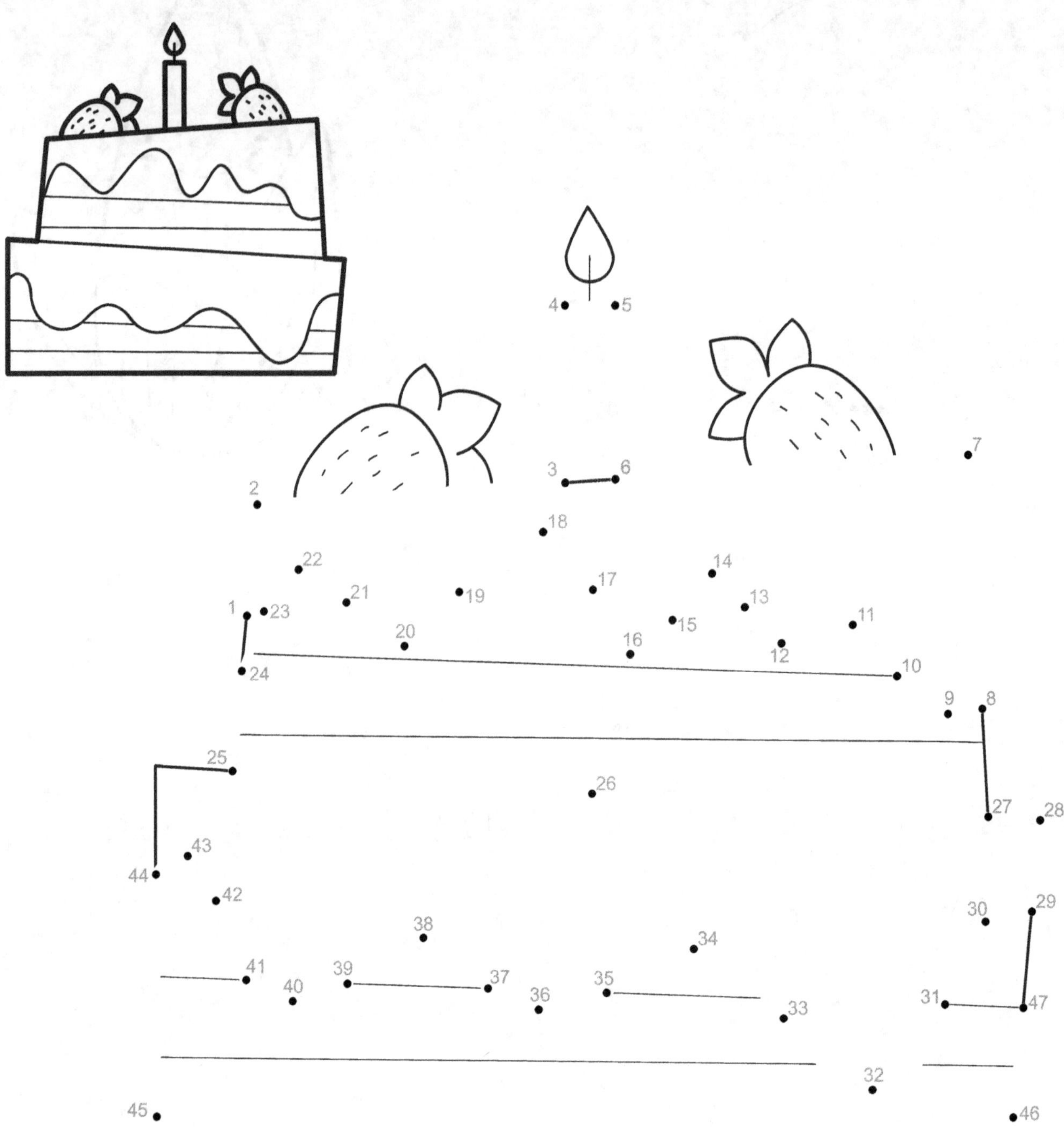

Nom:

Date:

14
13
15
12
16
11 10
18 17
19
22 23
9
20
21 24 25
26
27
8 7
1
40 39 38
37
36 35 34 33
29
28
6
2
30
31
5
3
32
4

Nom:
Date:

Nom: _______________________   Date: _______________________

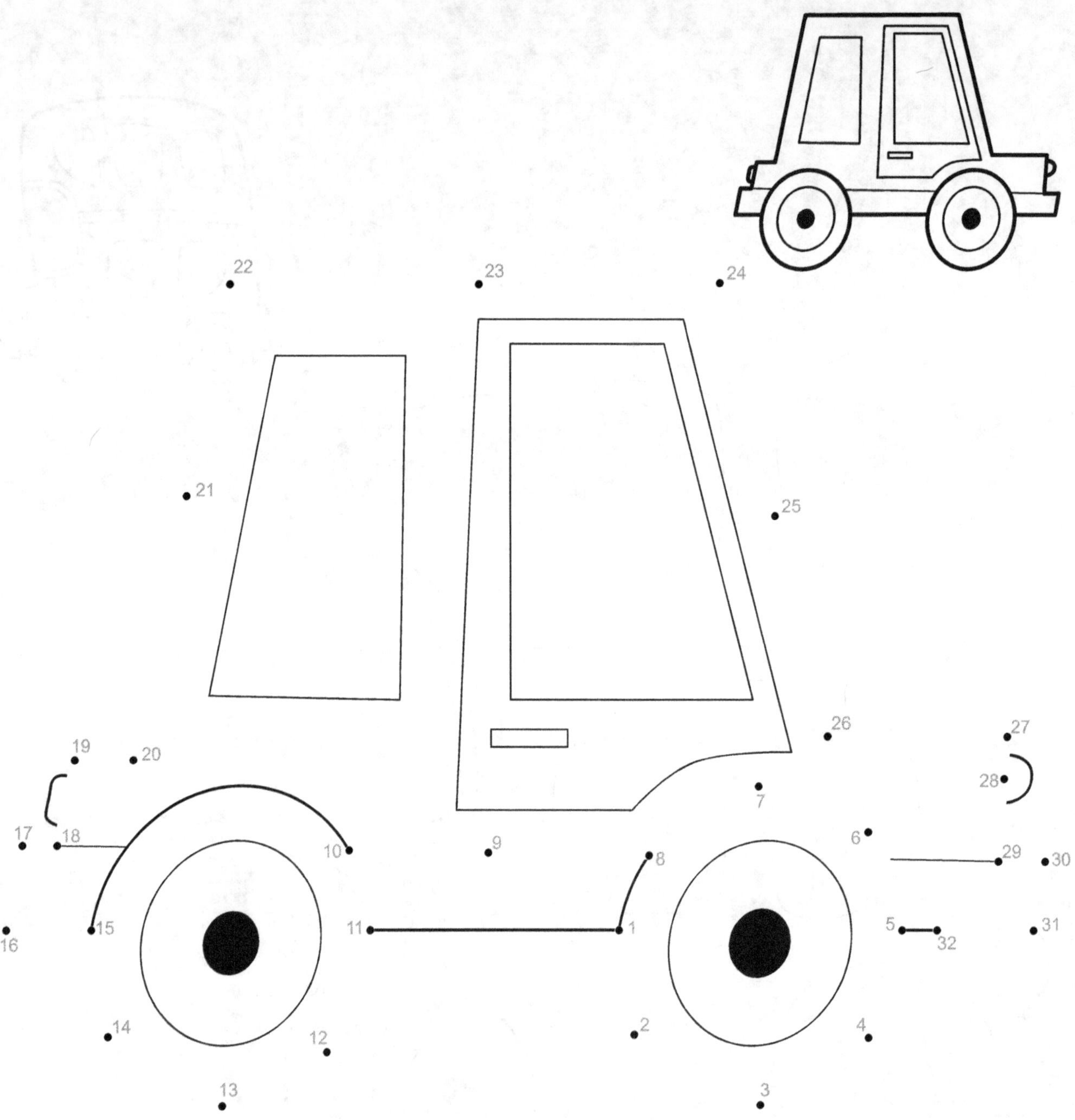

Nom: _______________________   Date: _______________________

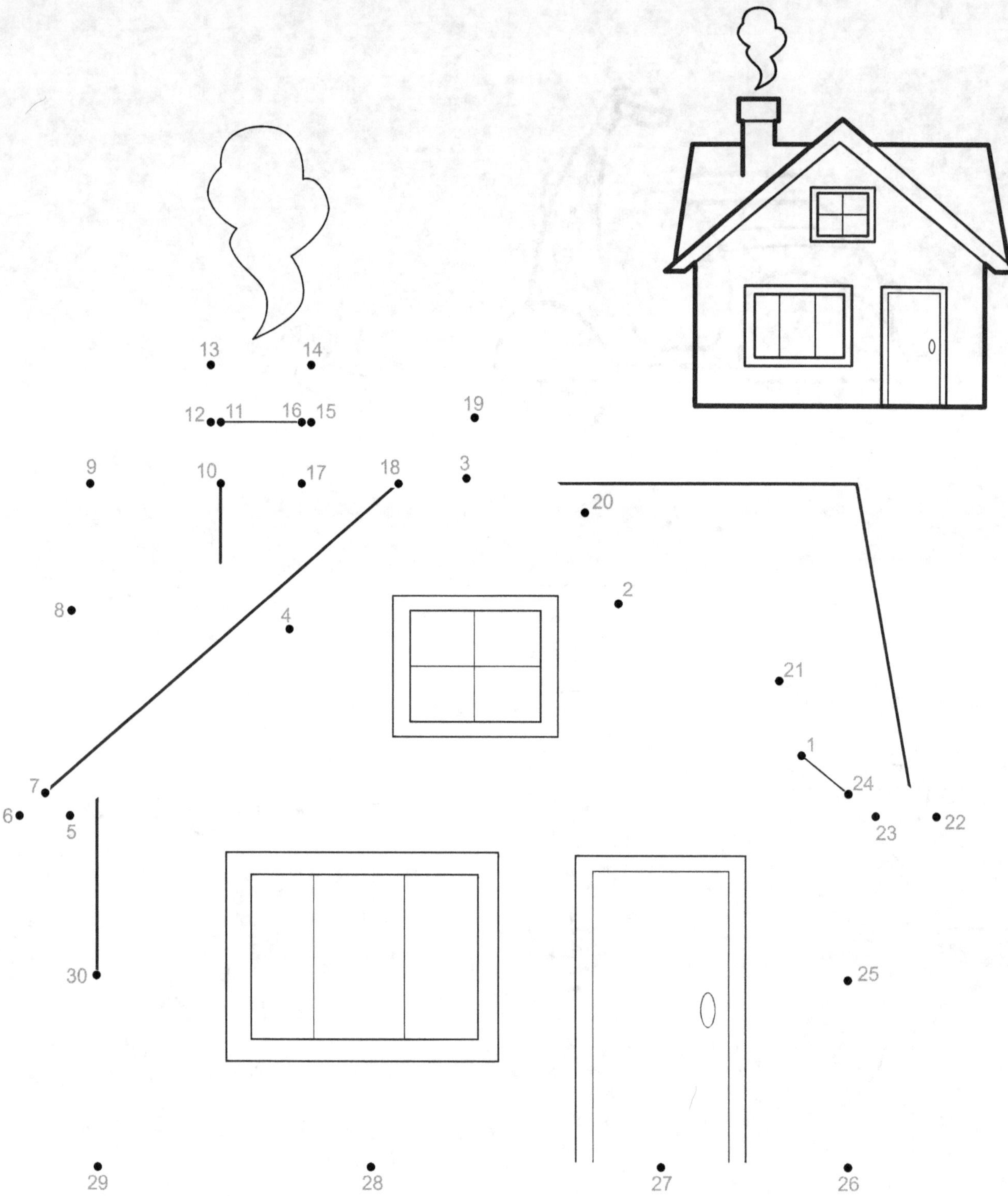

Nom: _______________________   Date: _______________________

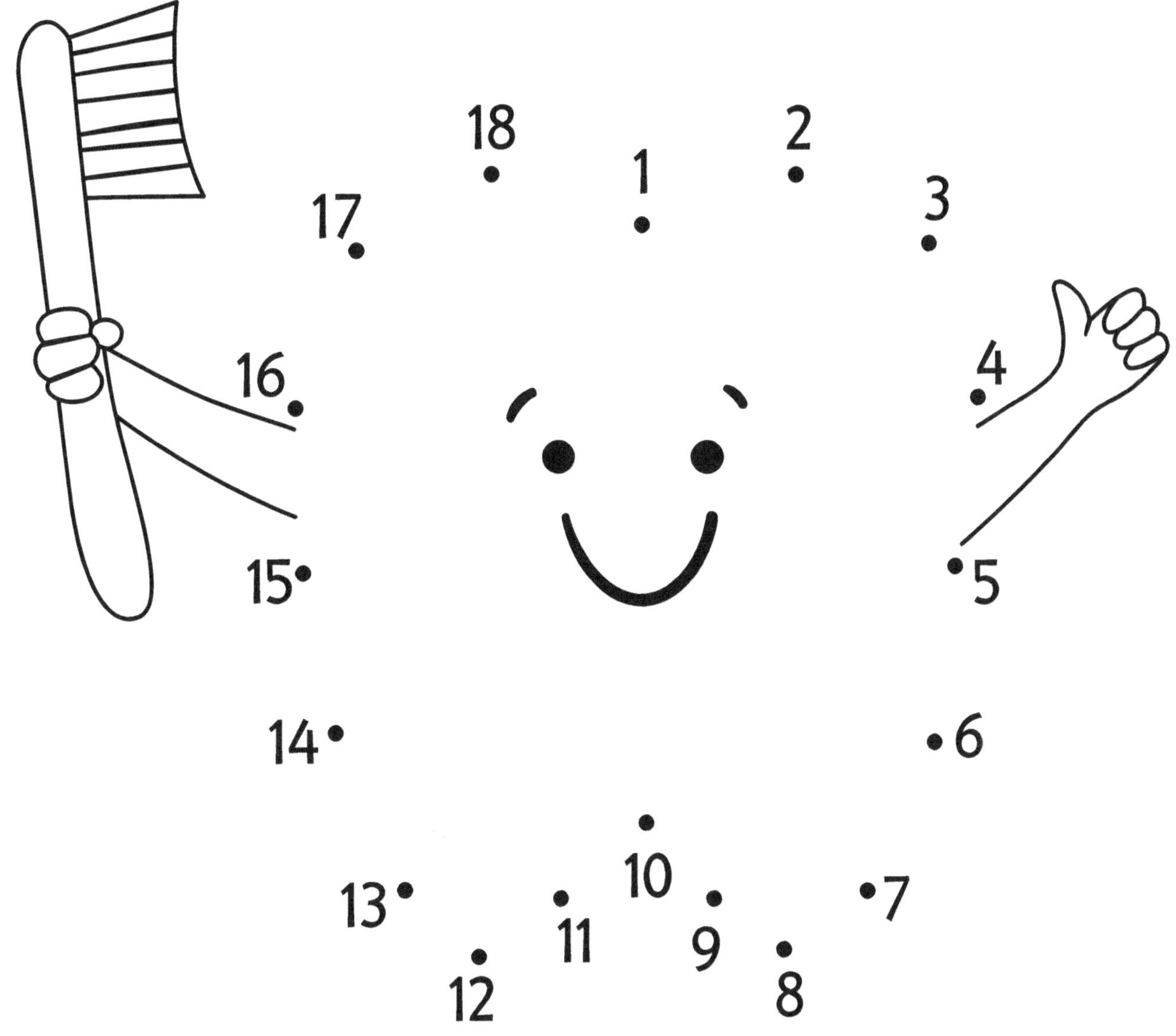

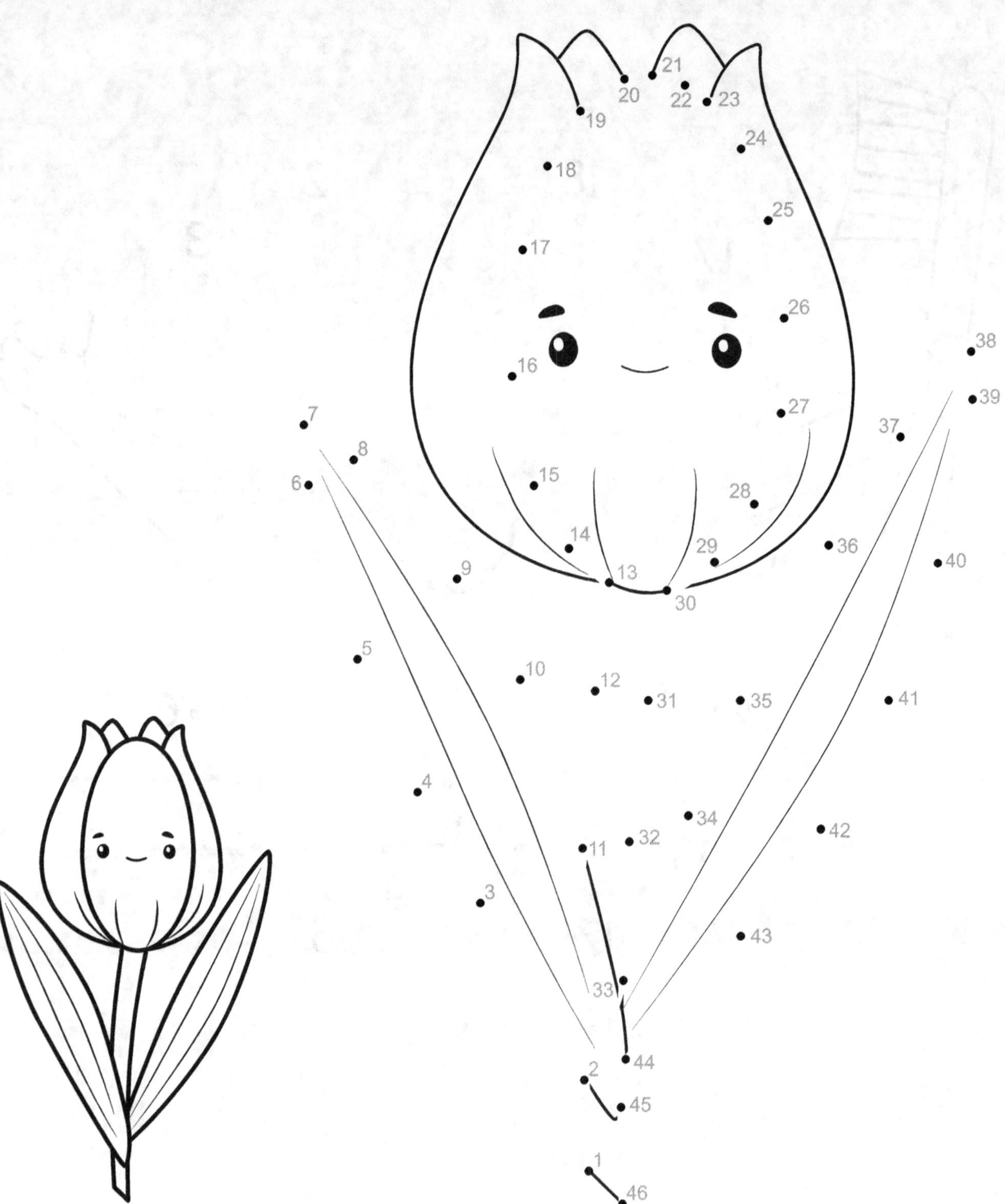

Nom: _______________________ Date: _______________________

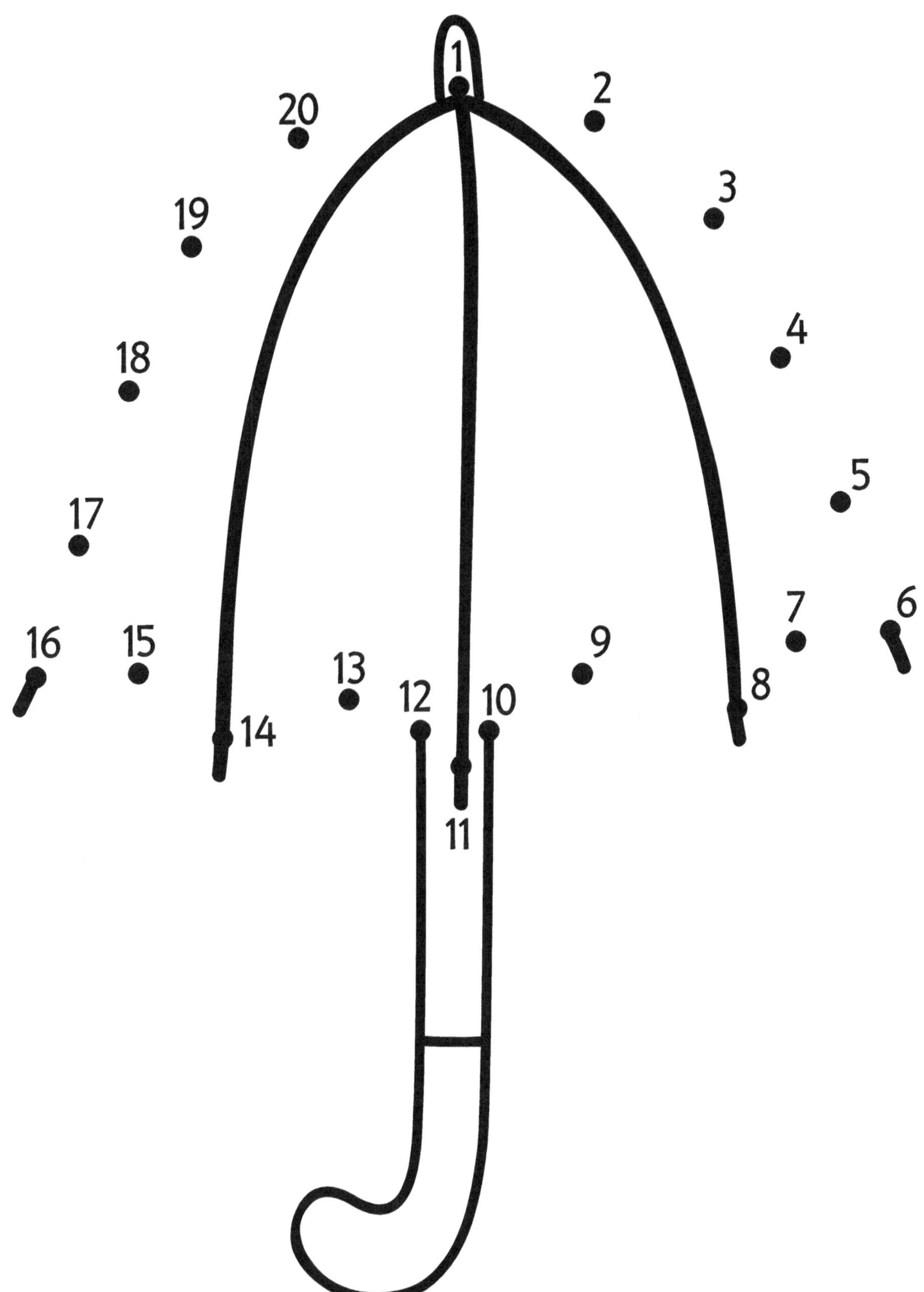

Nom: _______________________   Date: _______________________

Nom:
Date:

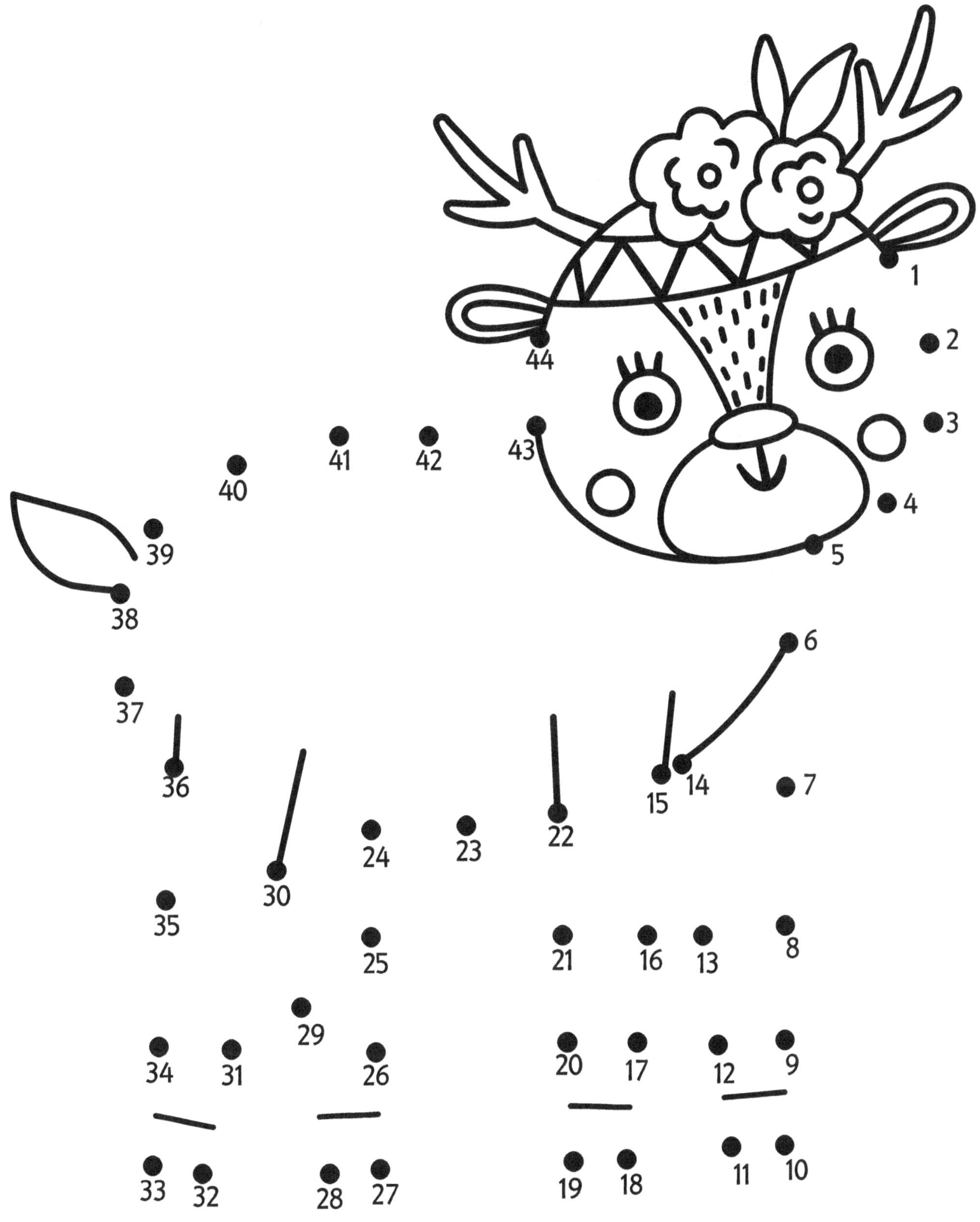

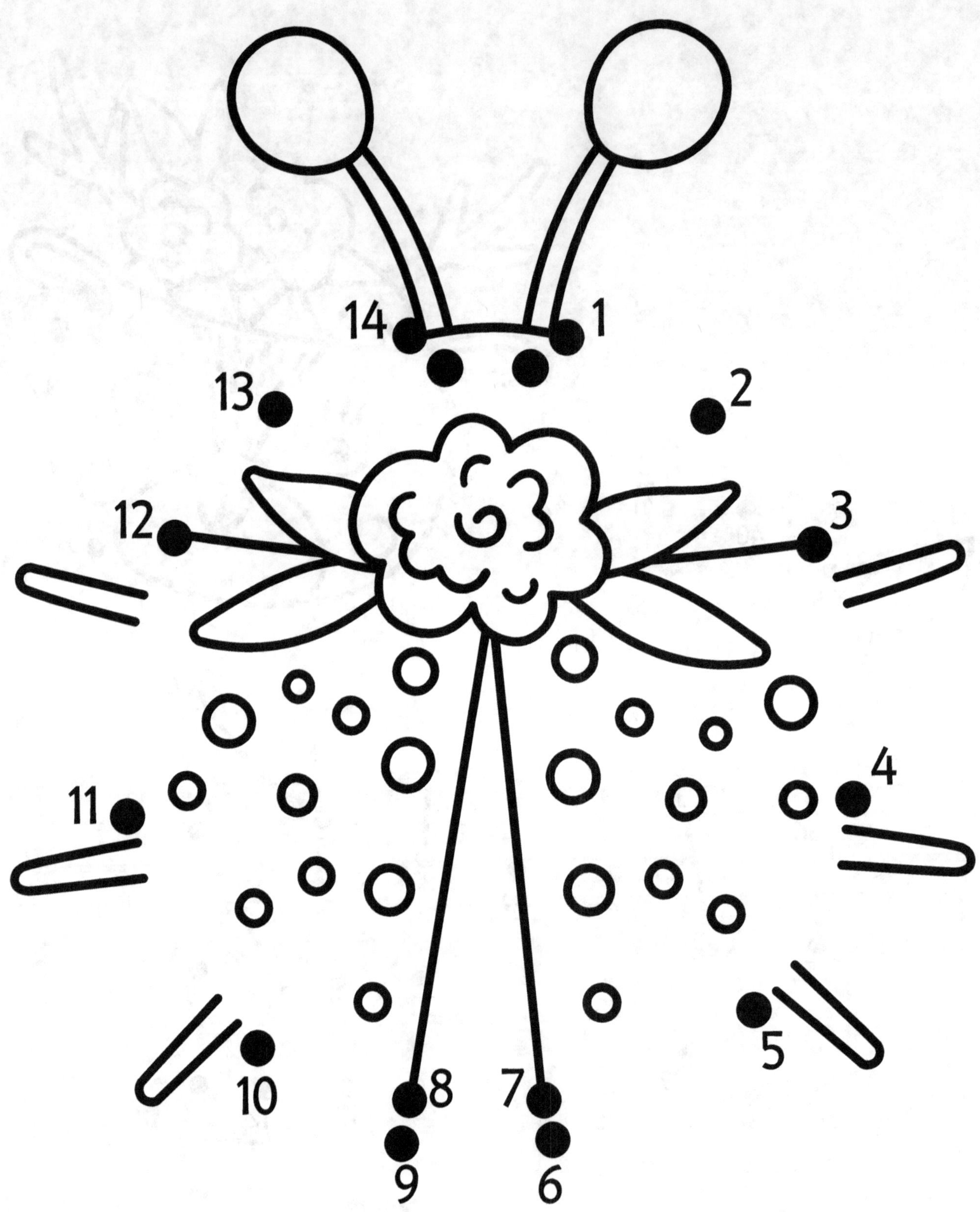

14
1
13
2
12
3
11
4
10
5
8
7
9
6

Nom: ___________________   Date: ___________________

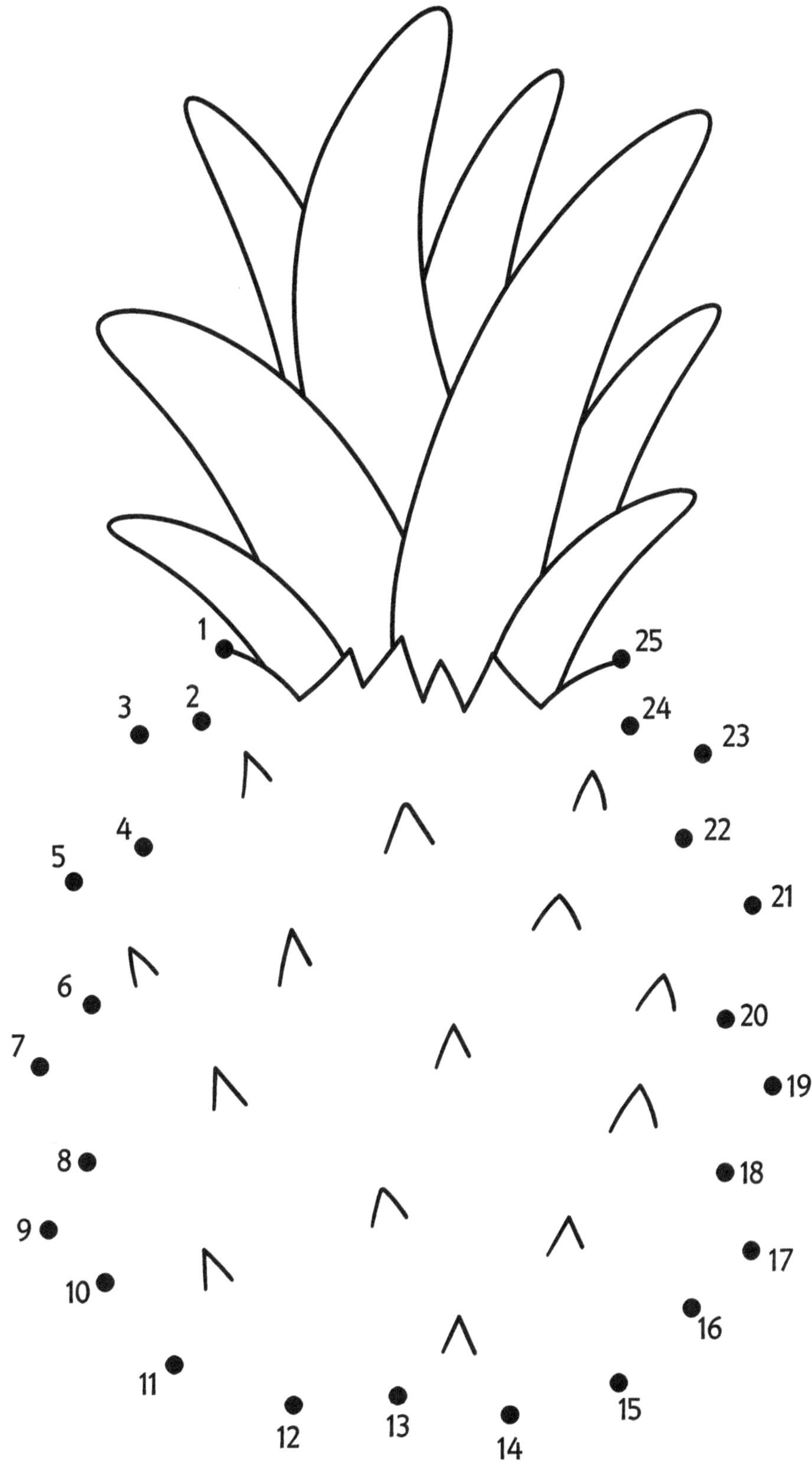

Nom:
Date:

Nom:

Date:

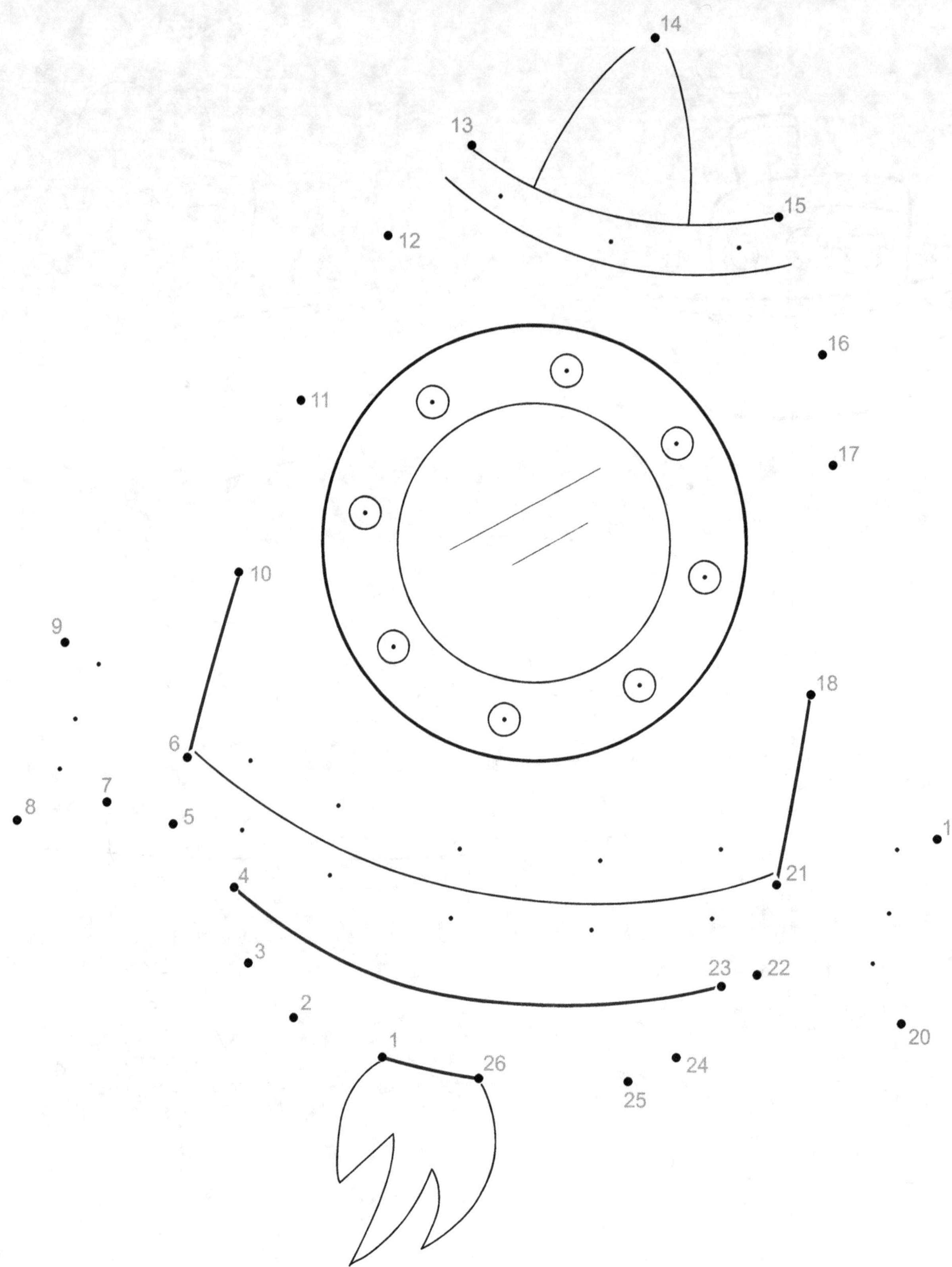